Published by arrangement with HarperCollins
Publishers Ltd in 1998
All Rights Reserved

Printed in Spain

Published by
Mantra Publishing
5 Alexandra Grove
London N12 8NU
http://www.mantrapublishing.com

Nó Từ Trên Vũ Trụ Xuống
It Came From Outer Space

Written by TONY BRADMAN   Illustrated by CAROL WRIGHT

Vietnamese Translation by My Tang

mantra

Bọn mình đang ở trường
tập trung học hành khi . . .

We were all in school, working
hard, when...

: ... một con tầu vũ trụ xuyên qua mái nhà
đâm xuống
Đó là một điều hết sức ngạc nhiên!

Bọn mình rất sợ khi ...

...an alien space ship
crashed through the roof.
  It was quite a surprise!
  We were frightened
when...

. . . cửa con tầu vũ trụ bắt đầu mở ra, và bọn mình ai nấy đều hét lên khi Con Quái Vật chèo ra.
Trông nó sợ vô cùng.

...the space ship's door started to open, and we all screamed when The Monster climbed out.
It was terrifying.

Con quái vật bắt đầu nói chuyện,
nhưng không ai hiểu nó.
   Nó vẫy vẫy tay và tiến lại phía
bọn mình.
   Ai nấy lại hét lên và bỏ chạy.

It started to talk, but no
one could understand it.
   It waved its arms around,
and came towards us.
   Everyone screamed again,
and ran away.

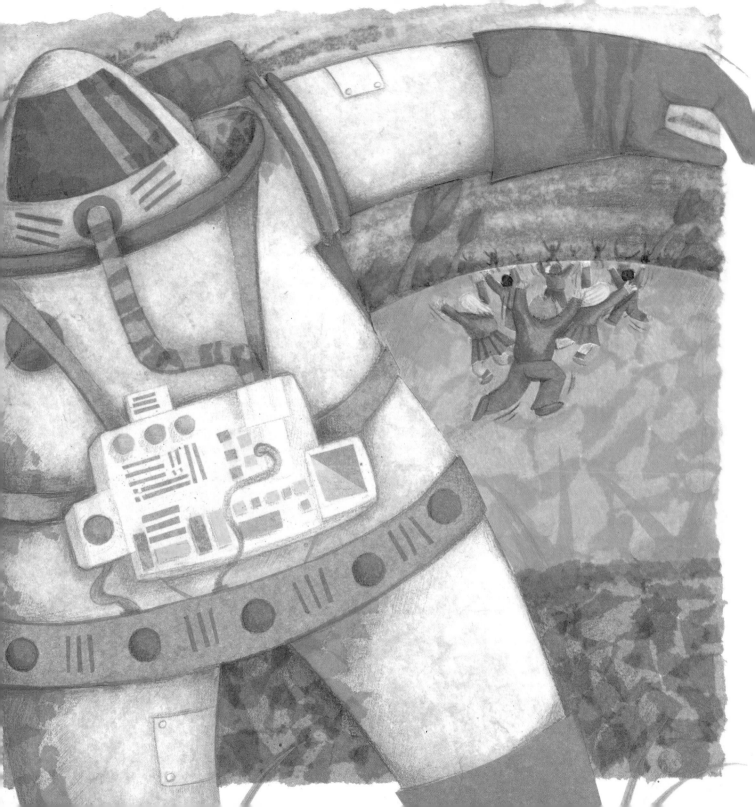

Nó ì ạch đi theo bọn mình ra sân chởi.
Bọn mình bị dồn vào một góc.

It lumbered after us into the playground.
We were trapped in a corner.

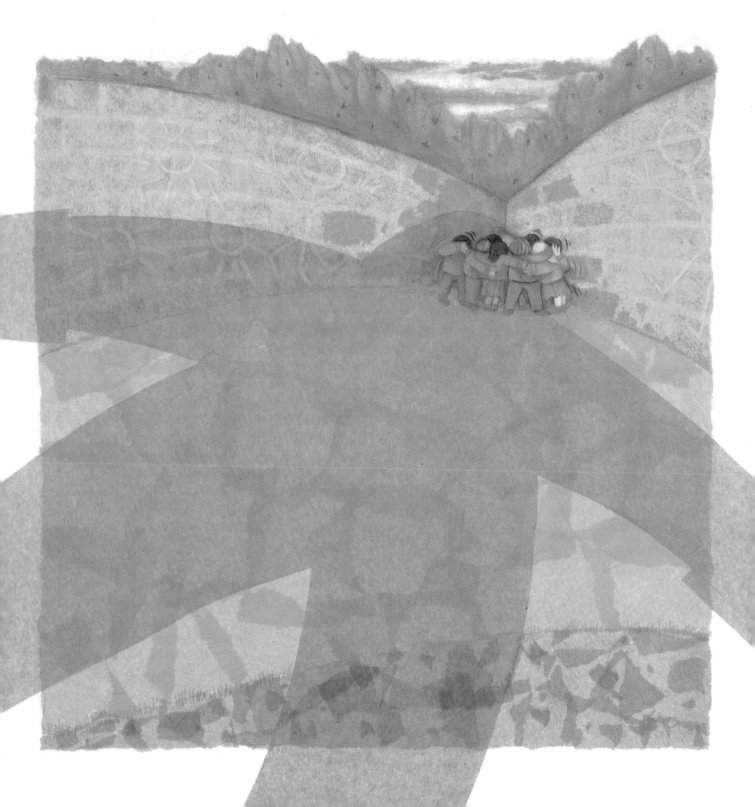

Con Quái Vật tiếp tục nói chuyện và vẫy vẫy tay nó.

Sau đó nó cởi cái mũ ra.

The Monster kept talking and waving its arms around.

And then it took its helmet off.

Trông nó thật là kinh.
Mặt Con Quái Vật trông khiếp quá
nên bọn mình phải nhìn đi chỗ khác.
Cô giáo bọn mình ngất xỉu.

It was a horrible sight.
The Monster's face was so
disgusting we had to look the
other way.
Our teacher fainted.

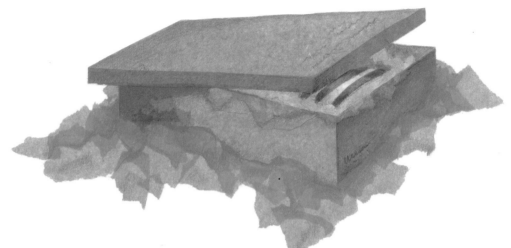

Tuy vậy, Con Quái Vật thực ra rất tử tế.

Nó cho bọn mình một món quà. Nó chỉ cho bọn mình xem bên trong tầu vũ trụ của nó.

Nó còn cho bọn mình xem những bức ảnh về ngôi nhà của nó nữa.

The Monster turned out to be quite nice though.

It gave us a present. It showed us inside its space ship. It even showed us some pictures of its home.

Cô giáo bọn mình bây giờ thấy đã đỡ, cô lấy máy ảnh của cô chụp một bức ảnh Con Quái Vật.

Rồi nó phải đi.

Our teacher who was feeling better now, took a picture of The Monster with her camera.

Then it had to go.

Bọn mình buồn bã trông theo Con Quái Vật bay đi. Ai nấy đều giở tay vẫy.

Con quái vật đó rất là thân thiện mặc dù nó xấu xí.

Bọn mình hy vọng nó sẽ sớm trở lại.

We were sad to see The Monster fly away. We all waved.

It was a very friendly monster, even though it was so ugly. We hope it comes back soon.

Ít ra thì bọn mình cũng có một bức
ảnh của Con Quái Vật để làm kỷ niệm. . .

At least we've got a picture of
The Monster to remember it by...